ஆப்கான் ஏன் அனாதையாக நிற்கிறது?

ஸ்ரீராம் சத்தியமூர்த்தி

ISBN 978-1-68487-508-5

To My Family

பொருளடக்கம்

முன்னுரை

ஆப்கானிஸ்தான் சிறிய நாடு என்றாலும், கிட்டத்தட்ட 175 வருடங்கள் வெறும் போரில் மட்டுமே வாழ்க்கையைக் கழித்-துவரும் ஒரு தேசம். முதலில், பிரிட்டன் கையில் சிக்கியது ஆப்கானிஸ்தான். பின்னர் போராட்டம், புரட்சி எனத் தொடங்கி சராசரியாக மூன்று ஆண்டுகளுக்கு ஒருமுறை யாரின் கையிலாவது சிக்கியது. காரணம், மத்திய கிழக்கு நாடுகளுக்கும் ஆசிய நாடுகளுக்கும் இணைப்புப் பாலமே ஆப்கானிஸ்தான் என்பதை உலக நாடுகள் நன்கு அறிந்தி-ருந்ததுதான். இந்த நாட்டை தங்களது சொந்த தேவைக்கு பயன்படுத்திக் கொண்டு எப்படி தூக்கி வீசி சென்றுள்ளன வல்லரசு நாடுகள்.

இது மிக முக்கியமாக எண்ணெய் அரசியலை கையிலெ-டுக்கும் நாடு அமெரிக்கா, இந்த நாடு வெளியில் இருந்து பார்ப்பவர்களின் சொர்க்கம். அமெரிக்காவைக் கொஞ்சம் நெருக்கமாக அணுகினால், அதன் நுண்ணரசியலும், போர் யுக்திகளும் மற்றவர்களை மிரட்சியடையச் செய்யும். ஜார்ஜ் வாஷிங்டன் தொடங்கி டொனால்ட் ட்ரம்ப் வரை 45 அதி-பர்களைக் கடந்துவந்துள்ளது அமெரிக்கா.இந்தத் தேசத்-தின் இஸ்லாமிய பகையை அணையாமல் பார்த்துக்கொள்ள அனைத்து விஷயங்களும் அமெரிக்காவுக்குள் வலை பின்-னப்படுகின்றன. இதற்கும் இன்று ஏன் ஆப்கானை போர் மேகம் சூழ்ந்துள்ள சூழலுக்கும் நிறைய தொடர்பிருக்கிறது. இதுதான் இன்று ஆப்கான் மக்கள் விமானங்களில் தொங்கி உயிர்பிழைக்க ஓடும் காட்சிகளுக்கான காரணம்.

1

ஓர் அறிமுகம்

உலகின் கிழக்குப் பகுதியில் உள்ள நாடுகளைக் கண்டறியும் நோக்கில், கொலம்பஸ் கிளம்பி வழி தவறிச்சென்று செவ்விந்தியர்கள் வாழும் பகுதியைக் கண்டறிந்தார். அதுதான் அமெரிக்கா. உலகின் மிகப்பெரிய வல்லரசு, ஒரு பெண் அதிபரைக்கூடத் தேர்ந்தெடுக்காத நாடு, துப்பாக்கிச் சூடு அதிகம் நடக்கும் நாடு... இப்படித்தான் பெரும்பாலும் அமெரிக்கா எனும் நாடு அறிமுகமாகியிருக்கிறது.

அமெரிக்கா, வெளியில் இருந்து பார்ப்பவர்களின் சொர்க்கம். அமெரிக்காவைக் கொஞ்சம் நெருக்கமாக அணுகினால், அதன் நுண்ணரசியலும், போர் யுக்திகளும் மற்றவர்களை மிரட்சியடையச் செய்யும். ஜார்ஜ் வாஷிங்டன் தொடங்கி டொனால்ட் ட்ரம்ப் வரை 45 அதிபர்களைக் கடந்துவந்துள்ளது அமெரிக்கா. உலக நாடுகளின் பொருளாதாரத்தை நிர்ணயிக்கும் ஆயுதமாக டாலர் மாறிப்போனது. மத்திய கிழக்கு நாடுகளின் எண்ணெய் அரசியலுக்கும் மாற்று வழி கண்டறிந்து, கச்சா எண்ணெயைக் கட்டுக்குள் கொண்டுவரத் தெரிந்த சாணக்கிய தேசம் அமெரிக்கா.

இந்தத் தேசத்தின் இஸ்லாமிய பகையை அணையாமல் பார்த்துக்கொள்ள அனைத்து விஷயங்களும் அமெரிக்காவுக்குள் வலை பின்னப்படுகின்றன. இந்த நூற்றாண்டில் அமெரிக்காவின் மிக மோசமான நிகழ்வாகப் பதிவானது செப்டம்பர் 11 உலக வர்த்தக மையத்தின் இரட்-

டைக் கோபுரம் இடிக்கப்பட்ட நிகழ்வு. இதற்குமுன் வரை உலக அரங்-கில் அமெரிக்கா வலுவான சக்தியாக இருந்ததைச் சற்றே அசைத்துப்-பார்த்தது இரட்டைக் கோபுரத் தாக்குதல்.

இத்தனை ஆண்டுகளால் எண்ணற்ற போர்களில் அமெரிக்கா தொடர்ந்து ஈடுபட்டுக்கொண்டே இருக்கிறது, போர் புரியாத அமெரிக்க அதிபர்களே இல்லை என்னுமளவுக்குப் போர் புரிந்து வந்திருக்கிறது. இந்தப் போர்-களை எல்லாம் ஒரு நாட்டைப் பிடிக்கும் சண்டை என்று உலகம் எண்ணிக்கொண்டிருந்தால், அவர்கள் அமெரிக்காவின் பார்வையிலி-ருந்து வேறுபட்டு இருக்கிறார்கள் என்றுதான் அர்த்தம். அமெரிக்கா எந்-தப் போரையும் வணிக நோக்கமில்லாமல் நடத்தாது. அதன்பின் ஏதாவது ஓர் யுக்தி கண்டிப்பாக இருக்கும்.

ஆர்தர் காலத்து சிவில் போரில் 1861-லேயே 3 லட்சம் பேர் கொன்று குவிக்கப்பட்டனர். ட்ரூமென் தொடங்கி நிக்சன் வரை நடத்திய வியட்-நாம் போரோ... பேர்ல் ஹார்பர் தாக்குதலோ... 9/11-க்கு பழிவாங்கிய ஆப்கான் போரோ... பின்னணியும், அரசியலும், சர்ச்சையும் இல்லாமல் அமெரிக்கா செயல்பட்டதே இல்லை. இன்று ட்ரம்ப், 'கொரியாவைத் தாக்குவேன்' என்பதும் இதன் தொடர்ச்சிதான். ஜனநாயகக் கட்சியோ, குடியரசுக் கட்சியோ... அது அமெரிக்கக் கட்சி, அமெரிக்கர்களின் மனநிலை வேறு, உலகின் மனநிலை வேறு என்பதை அமெரிக்கா எல்லா நிகழ்வுகளிலும் நிரூபித்துக்கொண்டே இருக்கும். அதற்கு மிகச்சி-றந்த உதாரணம், அமைதியற்ற சூழல் நிலவும் பாகிஸ்தானே ஒரு பெண் அதிபரைத் தேர்ந்தெடுத்துவிட்டது. இன்னமும் அமெரிக்காவால் அது முடியவில்லை.

அமெரிக்க மாப்பிள்ளையாக இருந்தால் சிறப்பு என்றவர்களை, 'அமெ-ரிக்காவா.... கொஞ்சம் ரிஸ்க்காமே? எல்லா இடத்துலயும் துப்பாக்கிச்சூடு நடக்குதாமே' என்னுமளவுக்கு இந்தியர்களின் அமெரிக்கக் கனவுக்கு அச்சுறுத்தலாகிவிட்டது. ஐடி வேலைக்குச் செல்பவர்களின் கனவுக்குடி-லாக இருந்த அமெரிக்காதான், இன்று சிலிக்கான் வேலி சி.இ.ஓ-க்க-ளைப் புலம்பவைத்துள்ளது. இங்கு இப்படியென்றால், ஹாலிவுட் உலகம் நிறவெறி இருப்பதைத் தொடர்ந்து வெளிப்படுத்தி வருகிறது. ஒவ்வொரு

விருது மேடைகளிலும் அதிபரை விமர்சித்து வருகிறது.

9/11 தாக்குதல், ஆப்கான் போர், ஒசாமாவைக் கொன்றது, எண்ணெய் அரசியல், பொருளாதாரம், ரஷ்யாவுக்குத் தடை, ரஷ்யாவின் அதிபர் தேர்தல் குறுக்கீடு, ஹிலாரி மெயில், ட்ரம்ப் ஆட்சி எனத் தொடர்ந்து அமெரிக்கா தன்னைக் கடந்த 20 வருடங்களாகப் பரபரப்பாக வைத்-துள்ளது. 9/11 தாக்குதலுக்குப் பின் அமெரிக்கா பின்னடைவைச் சந்-தித்துள்ளதா... ஆசிய நாடுகளின் எழுச்சி அமெரிக்காவைப் பின்னுக்குத் தள்ளுகிறதா... நிறவெறி, ஊரோடு ஒன்றிவாழாத மனநிலை, தன்னை ஒற்றை ஆளுமையாகப் பகல் கனவு காண்பது என அமெரிக்கா இருப்-பது சரியா... சரிகிறதா என்ற கேள்விகளோடு நகர்கிறது இந்தச் சர்வ-தேச சாம்ராஜ்ஜியம்

2

ஆப்கானிஸ்தான் மீது அமெரிக்கா ஆசைப்படுவது ஏன்?

ஆப்கானிஸ்தானில் அமெரிக்கா போர் செய்ததற்குக் காரணம் 9/11 தாக்குதல்தான். அதன் பின்புதான் அமெரிக்கா, ஆப்கானிஸ்தானை முழுமையாகக் கைப்பற்றியது என்று சொல்வது அமெரிக்காவுக்கு வேடிக்கையாக இருக்கும். அமெரிக்கா, ஆப்கானிஸ்தானை ஜிம்மி கார்ட்டர் காலத்திலிருந்தே குறிவைத்து வந்துள்ளது. ஆப்கானிஸ்தான் மலைகளும், பாலைவனங்களும் உள்ள நாடு. ஏழை நாடும்கூட. முக்கியத் தொழிலாக இருந்த விவசாயமும் நலிவடைந்து அண்டை நாடுகளின் தயவிலும், ரஷ்யாவிடம் நட்புக்கரம் நீட்டியும் பிழைத்து வந்தது ஆப்கானிஸ்தான்.

இப்படிப்பட்ட ஒரு நாட்டை ஏன் அமெரிக்கா அடைய நினைக்கிறது என்பதுதான் இங்கே கேள்வி? சினிமாக்களில் அண்டர்கவர் ஆபரேஷன்தான் மிகப்பெரிய ட்விஸ்டாக அமையும். அப்படிப்பட்ட ஒரு அண்டர்கவர் ஆபரேஷனுக்குத் தயாரானது அமெரிக்கா. அமெரிக்காவைப் பொறுத்தமட்டில், அதன் முதல் காதலி எண்ணெய் தேசங்கள்தான். போர் மூலமாக மத்திய கிழக்கு நாடுகளின் எண்ணெய் வளங்களைத் தனதாக்கிக்கொண்ட அமெரிக்காவுக்கு ரஷ்யா மிகப்பெரிய

தடையாக இருந்தது. வளைகுடா நாடுகளில் எண்ணெய் வர்த்தகத்தில் தன்னை நிலைப்படுத்திக்கொள்ள அமெரிக்காவுக்கு ஓர் இடம் தேவைப்-பட்டது. அந்த இடம்தான் ஆப்கானிஸ்தான்.

ஆப்கானிஸ்தான் சிறிய நாடு என்றாலும், கிட்டத்தட்ட 175 வருடங்கள் வெறும் போரில் மட்டுமே வாழ்க்கையைக் கழித்துவரும் ஒரு தேசம். முதலில், பிரிட்டன் கையில் சிக்கியது ஆப்கானிஸ்தான். பின்னர் போராட்டம், புரட்சி எனத் தொடங்கி சராசரியாக மூன்று ஆண்டுக-ளுக்கு ஒருமுறை யாரின் கையிலாவது சிக்கியது. காரணம், மத்திய கிழக்கு நாடுகளுக்கும் ஆசிய நாடுகளுக்கும் இணைப்புப் பாலமே ஆப்-கானிஸ்தான் என்பதை உலக நாடுகள் நன்கு அறிந்திருந்ததுதான். ஆனால், ஆப்கானிஸ்தானுக்கு உற்ற நண்பன் என்றால், அது சோவியத் ரஷ்யாதான். அதற்கு ஒரு வலுவான காரணம் உள்ளது. சோவியத் யூனியனில் மன்னராட்சி முடிவுக்கு வந்து கம்யூனிஸ்ட்கள் அரசை அமைத்தபோது, முதலில் நட்புக்கரம் நீட்டியது ஆப்கானிஸ்தான்தான். ஆனால், இதெல்லாம் யார் கண்பட்டதோ ஆப்கானிஸ்தானுக்கு மீண்டும் சிக்கல் ஆரம்பமானது.

பிரிட்டனிடம் சுதந்திரம் பெற்றாலும் மன்னர்கள் கையிலேயே இருந்தது ஆப்கானிஸ்தான். சுதந்திரம் பெற்றதிலிருந்து சுல்தான் அமீன் அமா-னில்லாகான் காலம் மட்டுமே சிறப்பாக அமைந்தது. அதன்பின் மன்-னர்களின் செல்வாக்குக் குறைந்தது. வெறும் பெயரளவு மன்னர்களாக மாறும் நிலைக்குத் தள்ளப்பட்டார்கள். புரட்சியாளர்கள் நினைத்தால் ஆட்சியைக் கலைத்துவிடலாம் என்ற நிலைக்குத் தள்ளப்பட்டார் மன்னர் ஜாகிர்ஷா.

அவரிடமிருந்து ஆட்சியை அவருடைய தம்பி கைப்பற்றினாலும், அவரும் ரஷ்யாவிடம் நல்ல உறவில் இருக்க வேண்டும் என்றே விரும்-பினார். காரணம், ஆப்கான் முற்றிலும் பஞ்சத்தின் பிடியில் இருந்தது. அவர்களின் உணவே, ரஷ்யாவை நம்பித்தான் என்ற சூழலில் இயங்கி வந்தது. இதுதான் அமெரிக்காவின் என்ட்ரிக்கு வழிவகுத்தது. ஆப்கா-னில் இருந்த பழைமைவாதிகளுக்கு கம்யூனிஸம் பேசும், மத நம்பிக்-கையயற்ற ரஷ்யாவின் மீது வெறுப்பு, இவர்கள் தயவில் வாழ்வதா என்ற

மனநிலை. அமெரிக்காவுக்கு இது ஃப்ரீ ஹிட். சோவியத் யூனியன் மீது நேரடியாகப் போர் தொடுக்கும் எண்ணம் இல்லாத அமெரிக்காவின் சீக்ரெட் ஏஜென்டுகள் புரட்சியாளர்கள். சோவியத்துக்கு எதிரான பழமைவாதிகளை ஒன்றிணைத்து ஆயுதப் பயிற்சி வழங்கியது அமெரிக்காவின் உளவு அமைப்பான சி.ஐ.ஏ.

மக்கள் ஜனநாயகக் கட்சி என்ற இயக்கம், மன்னர் ஆட்சியைக் கலைத்து ஜனநாயக ஆட்சியை நிறுவியது. ஜனநாயகம் என்ற பெயரில் பல ஊழல்கள் நடந்தேறின. ஏமாந்தவர்கள் எல்லாம் ஆயுதம் ஏந்திப் போராட ஆரம்பிக்க, எல்லாரையும் ஒருங்கிணைத்து ஆயுதப் பயிற்சி அளித்தது சி.ஐ.ஏ. இப்போது அரசுக்கு உதவ சோவியத் வரும் என்பதை அமெரிக்கா நன்கு அறிந்து, இஸ்லாமிய தேசத்தை முன்வைக்கும் நபர்களைச் சோவியத்துக்கு எதிராக முன்னிறுத்தியது. ஆனால், இது எல்லாம் அமெரிக்காவின் நேரடிச் செயல்பாடுகளாக இல்லை. சோவியத்தை முறியடிக்கும் ஆயுதமாக இஸ்லாமிய தேசம் என்பது முன்னெடுக்கப்பட்டது.

ஜாகிர்ஷாவிடமிருந்து நூர் முகம்மது தாராகி, அவரைக் கொன்று வீசிவிட்டு அமீன் என ஆப்கானிஸ்தானில் அரசியல் மாற்றம் நடந்துகொண்டே இருந்தது. ஆனால், ரஷ்ய ஆதரவு அப்படியே இருந்தது. இந்நிலையில் ரஷ்யாவின் அறிவுரைகளைக் காதுகொடுத்தும் கேட்காமல் இருந்தார் அமீன். மிரட்டியும் பார்த்தது. அமீன் கேட்கவில்லை. புரட்சியாளர்கள் அமீனைக் கொன்றுவிடுவார்கள் என்ற நிலையில் களத்தில் இறங்கி ஆப்கானைத் துவம்சம் செய்து காலூன்றியது சோவியத் யூனியன்.

அமெரிக்க அதிபர் ஜிம்மி கார்ட்டருக்கு சோவியத்தின் இந்தச் செயல் சற்றும் பிடிக்கவில்லை. அமெரிக்கர்களுக்கு ரஷ்யாவுடன் ஜிம்மி கார்ட்டர் நட்பு பாராட்டுவது பிடிக்கவில்லை. ஆட்சி ரீகன் வசம் வந்தது. இதேவேளையில், சி.ஐ.ஏ-வின் ஆயுதப் பயிற்சிகள் மூலம் ஆப்கானில் புரட்சியாளர்கள் பயிற்சிபெற்றனர். ரஷ்யாவின் செயல்பாடுகள் அவர்களைப் பெரிதும் கோபத்துக்குள்ளாக்கியது. அமெரிக்காவால் ஆப்கானை வசப்படுத்த முடியாவிட்டாலும், இவர்கள் தங்களால் முடியும் என்று நம்-

பினர். மொத்த பேரும் நம்பினார்களோ... இல்லையோ... ஒருவர் நம்பி-
னார். அமெரிக்கா உருவாக்கிவிட்ட செல்லப்பிள்ளை ஒசாமா பின்லே-
டன்.

• 7 •

பினர். மொத்த பேரும் நம்பினார்களோ... இல்லையோ... ஒருவர் நம்பி-
னார். அமெரிக்கா உருவாக்கிவிட்ட செல்லப்பிள்ளை ஒசாமா பின்லே-
டன்.

3

ரீகன் சந்திக்க நினைத்த அமெரிக்காவின் செல்லப் பிள்ளை ஒசாமா

'நீ பற்ற வைத்த நெருப்பொன்று
பற்றி எரிய உனை கேட்கும்...
நீ விதைத்த வினையெல்லாம்
உனை அறுக்கக் காத்திருக்கும்...'

இந்த வசனம் யாருக்குப் பொருந்துகிறதோ இல்லையோ... அமெரிக்கா-வுக்குப் பொருந்தும்! அமெரிக்கா விதைத்த ஒசாமா என்ற விதைதான் 2001-ல் அமெரிக்காவை அறுத்தது என்பது மட்டுமன்றி சர்வதேச சாம்-ராஜ்யத்தின் அதிகார அரசியலையும் அசைத்துப்பார்த்தது. ஆப்கான் - சோவியத் போரில் ஆதாயம் தேட அமெரிக்கா வளர்த்த செல்லப்பிள்-ளைதான் ஒசாமா பின்லேடன். இதன் உச்சம் என்னவெனில், அமெரிக்க அதிபர் ரீகன், ஒசாமாவை ரகசியமாகச் சந்திக்க ஏற்பாடுகள் செய்யப்-

பட்டு கடைசி நேரத்தில் சந்திப்பு நடக்காமல் போனது. இந்த அளவுக்கு அமெரிக்கா ஒசாமாவுக்கு உதவியது. இவ்வளவு பெரிய தேசம் ஏன் இந்தத் தனிநபருக்கு உதவ வேண்டும் என்ற கேள்வி எல்லாருக்கும் எழுவது நியாயமானதுதான். அதற்குப் பதில்தான் ஒசாமா பின்லேடன் எனும் சவுதி அரேபிய இளைஞனின் கதை.

ஒசாமா பின்லேடன், முகமது பின்லேடனின் மகன். ஏமன் நாட்டைச் சேர்ந்தவர் ஒசாமாவின் தந்தை. ரஜினி படங்களில் வருவதுபோல கூலித்தொழிலாளியாக இருந்து கட்டடத்தொழிலில் வளர்ந்து ராஜ குடும்பத்துக்கு இணையான அந்தஸ்துக்கு வளர்ந்தவர். ஒசாமா மெதினாவில் பள்ளிப்படிப்பை ஆரம்பித்தார். இளைமைக்காலம் முழுவதும் தாயின் அரவணைப்பில்தான் ஒசாமா அதிகம் வளர்ந்தார். திருமணம் ஆனபிறகு மேனேஜ்மென்ட் படிக்கச் சென்றார். இதில் தேறிவிட்டால், தந்தையின் தொழிலைப் பார்த்துக்கொள்ளலாம் என்ற மனநிலையில் இருந்த ஒசாமா, உலகின் நம்பர் 1 தீவிரவாதியாக மாறினார்.

இந்த மாற்றம் ஜெட்டா பல்கலைக்கழகத்துக்குப் படிக்கச் சென்றபோது ஏற்பட்டுள்ளது. அங்கு மதப்பாடங்களில் ஒசாமாவின் கவனம் அதிகமானது. இதற்கிடையில், ஒசாமாவின் தந்தை இறந்து போக 4 மனைவிகளும், 52 குழந்தைகளும் அதிர்ச்சிக்குள்ளானார்கள். ஒசாமா தந்தையின் நண்பரான சவுதி மன்னர் அப்துல் அஜீஸ் ஒசாமாவின் குடும்பத்துச் சொத்துகளை நிர்வகிக்க கமிட்டி அமைத்துத் தந்தார். அதிலும் ஒசாமாவின் சகோதரர் அலிக்கு உடன்பாடு இல்லாததால், அவருக்குச் சொத்துகளைப் பிரித்துக்கொடுத்து மற்றவை கமிட்டியின் கண்காணிப்பில் இருக்குமாறு வழி செய்து கொடுத்தார்.

தந்தையின் கனவான அரசியலில் ஈடுபடுவதில் ஒசாமாவுக்கு இஷ்டமில்லை; பிசினஸும், இஸ்லாம் வளர்ச்சியும்தான் அவரது பிரதானக் கனவாக இருந்தது. கம்யூனிஸ்டுகளுக்கு எதிரான போராட்டங்களில் ஈடுபட்ட இஸ்லாம் நண்பர்களுக்கு உதவி வந்தார். இப்படியே இஸ்லாம் நண்பர்களுக்கு உதவியபோதுதான் ஆப்கான் - சோவியத் போரில் உதவ பெஷாவர் கூட்டத்தில் பங்கேற்றார். அப்போது அங்கிருந்தவர்களிடம் ''நாம் ஏன் தயங்குகிறோம்... நம்மால் அவர்களை வீழ்த்த முடியாதா''

என்ற கேள்வியை முன்னிறுத்தினார். அதற்கு " போராளிகள் குறைவு; முறையான ஆயுத பயிற்சி இல்லை" என்பது போன்ற காரணங்கள் பதி-லாய் வர... "நான் பார்த்துக்கொள்கிறேன்" என்று கூறினார் ஒசாமா.

ஜோர்டானில் இருந்த பேராசிரியர் அப்துல்லாவின் உதவியை நாடினார். அவரும் இஸ்லாம் வளர்ச்சிக்காகப் போராளிகளைத் திரட்டி வந்தவர். ஒசாமாவின் கனவு இஸ்லாம் தேசம். இதற்காக எவ்வளவு உழைத்தார் என்றால், அமெரிக்கா ஆரம்பித்து பிலிப்பென்ஸ் வரை இளைஞர்களை ஒன்று திரட்டினார். இந்த நடவடிக்கைகளால், மகிழ்ச்சியின் உச்சத்தில் இருந்த சி.ஐ.ஏ. பின்லேடனுக்கு உதவுவதற்காக அமெரிக்கா ஏற்படுத்தித் தந்த தனி அமைப்பு போல செயல்படத் தொடங்கியது. சி.ஐ.ஏ-வின் பாதுகாப்பில்தான் அமெரிக்காவுக்குப் பேராசிரியர் அப்துல்லா சென்றார் என்பதும், அனைத்து மாகாணங்களிலும் ஆதரவு திரட்டினார் என்பதும் வரலாறு.

எந்த ஒரு காரியத்திலும் பக்கா ஸ்கெட்ச் இல்லாமால் களமிறங்க மாட்-டார் ஒசாமா. கிட்டத்தட்ட ஒரு நாடு, போருக்கும், பட்ஜெட்டுக்கும் எப்-படித் தயாராகுமோ அப்படி ஒரு கள ஆய்வு நடத்துவது, தாக்குதல் நடத்தும் இடத்துக்கு ஆட்களை அனுப்பி நிலவரங்களை ஆராய்ந்து களமிறங்கி அடிப்பது... என ஒசாமா ஒரு சி.இ.ஓ போல செயல்பட்டார். இதற்கிடையில் பேராசிரியர் அப்துல்லாவுடன் கருத்து வேறுபாடு முற்றி-யது. ஆப்கன் முஜாகிதின்கள் ஒசாமா தலைமையில் கொஞ்சம் கொஞ்-சமாக சோவியத்தை விரட்டத் தொடங்கினர். சோவியத் அதிபரும் தோல்விகளால் உடைந்துபோனார். அமெரிக்காவின் நட்புறவு சோவியத்-துக்கு இல்லை. போதாக்குறைக்கு ரீகன் "சாத்தான் தேசம்" என நேரடி-யாக விமர்சித்தார். ஆனால், பின்வாசல் வழியாக ஆப்கானுக்குப் பணம் தருவதை மட்டும் அமெரிக்கா நிறுத்தவேயில்லை.

பேராசிரியர் அப்துல்லா சுயவிளம்பரம் தேடுகிறார் என்று அவரது கதையை ஒசாமாவே முடித்தார். பின்னர் இஸ்லாம் தேசத்தைக் கனவா-கக் கொண்டு இயங்கிவந்தார் ஒசாமா. ஒரு விஷயத்தில் மிகவும் தெளி-வாக இருந்தார் ஒசாமா. அமெரிக்காவின் குள்ளநரித்தனம் தெரிந்-திருந்ததால், தன்னைப்பற்றிய விஷயங்களை மிகவும் ரகசியமாகவே

வைத்திருந்தார். வளைகுடா தேசங்களின் மீது அமெரிக்காவின் பார்வை விரிந்தது. இஸ்லாமிய தேசங்களுக்கு எதிரான நடவடிக்கைகள் ஒசாமா-வுக்கு எரிச்சலூட்டின. அப்போதுதான் ஷேக்கை தன்னுடன் இணைத்து அமெரிக்காவுக்கு ஆட்டம் காட்ட நினைத்தார் பின்லேடன்.

அமெரிக்காவில் உலக வர்த்தக மையம், ஐ.நா சபை உள்ளிட்ட முக்-கியமான 7 இடங்களில் தாக்குதலுக்கான ஸ்கெட்சை தயார் செய்-தனர். 1993- ல் உலக வர்த்தக மையத்தின் தரைத்தளத்தில் குண்-டுவெடிப்பை நிகழ்த்தி தனது ஸ்கெட்சை தொடங்கிவைத்தார் ஒசாமா. அப்போது அதிபர் ஜார்ஜ் புஷ். அன்று 6 பேர் இறந்தனர். அப்போது ஜார்ஜ் புஷ் 'தீவிரவாத அமைப்புகளைக் கண்டறிந்து வேரறுப்போம்' என்றார். ஆனால், என்ன செய்யப்போகிறோம் என்றத் தெளிவில்லாமல் இருந்தார். அதன் பின் 8 வருடங்கள் கழித்து ஜார்ஜ் புஷ்ஷின் மகன் ஜார்ஜ் டபிள்யூ புஷ் அதிபரான பிறகு, 2001 -ல் ட்வின் டவர் தாக்கு-தல் வரை அமெரிக்காவால் ஒன்றும் செய்யமுடியவில்லை.

சிறிய அளவிலான தாக்குதலுக்கே பெரிய ஸ்கெட்ச் போடும் ஒசாமா. ட்வின் டவர் தாக்குதலுக்குப் போட்ட திட்டம் பிரமிக்க வைக்கும் வித-மானது.

4

9/11 தாக்குதலை நடத்தியது ஒசாமா... ஆனால், விதைத்தது ரீகன்!

21ம் நூற்றாண்டின் மிக மோசமான தாக்குதல் செப்டம்பர் 11 நியூயார்க் இரட்டை கோபுர தாக்குதல்(9/11) என்றது ஒரு ஆங்கில செய்தித்தாள். மூன்று மணி நேரத்தில் சரிந்தது அமெரிக்கா என்றது இன்னோரு பத்திரிக்கை. சாத்தான்களுக்கு எதிரான போர் துவங்கிவிட்டது என்றார் அதிபர் ஜார்ஜ் டபிள்யூ புஷ். 2001-ம் ஆண்டு செப்டம்பர் மாதம் 11-ம் தேதி, அமெரிக்காவின் நியூயார்க்கில் உள்ள இரட்டை கோபுரத்தை இடித்துத் தரைமட்டமாக்கியது ஆப்கானில் இருந்து செயல்படும் அமைப்பின் தீவிரவாதி ஒசாமா பின்லேடன் என்று அறிந்ததும், ஒட்டுமொத்த உலக நாடுகளும் தீவிரவாதத்துக்கு எதிரான போர் முழக்கத்தை தீவிரமாக முன்னெடுத்தன.

இரட்டை கோபுரத்தைத் தகர்த்தது என்னவோ பின்லேடன்தான். ஆனால் அதற்கான விதை போட்டது அமெரிக்காதான் என்பது அப்போது பலருக்குத் தெரியாத உண்மை. ஒசாமாதான் இந்தத் தாக்குத-

லுக்கு காரணம் என்றால் ஜிம்மி கார்ட்டர், ரீகன், ஜார்ஜ் புஷ் உள்ளிட்ட அமெரிக்க அதிபர்களுக்கும் இந்தத் தாக்குதலில் மறைமுகப் பங்குண்டு என்பது மறுக்க முடியாததே...

அமெரிக்காவின் தூங்கா நகரம் என்றழைக்கப்படும் நியூயார்க்கில் இருந்த உலக வர்த்தக மையக் கட்டடம், காலை 8:45 மணிக்கு மிகவும் பரபரப்பாகக் காணப்படும். அப்படித்தான் இருந்தது செப்டம்பர் 11, 2001 அன்றும். காலை 8:45 மணிக்கு 104 தளங்களுக்கும் பணிக்குச் சென்று கொண்டிருந்தார்கள் ஊழியர்கள். 'காலை உணவுக்கு காதலியோடு செல்லலாம்' என்ற திட்டத்தில் சிலர் இருந்திருக்கலாம். 'இன்றைய நாளின் டார்கெட்டை எட்டிவிடலாம்; இந்தமுறை நமக்குப் பதவி உயர்வு கிடைத்துவிடும்' என விவரிக்க முடியாத பல கனவுகளோடு பலரும் அன்றைய தினம் இருந்திருக்கலாம். ஏன், 'இன்னும் சில மாதங்களில் நான் இந்த உலகத்தை பார்த்துவிடுவேன்' என்று தாயின் கருவறையில் இருந்த அந்த 17 குழந்தைகளும்கூட நினைத்திருக்கலாம். ஆனால், அவையெல்லாம் 8:46-க்கு தொடங்கி 3 மணி நேரத்திற்குள் மண்ணோடு மண்ணாகிவிட்டது.

அமெரிக்கத் தாக்குதலுக்கு பின்லேடன் தயாரானதைப் பற்றி சென்ற பகுதியில் பார்த்தோம். எப்போதுமே பின்லேடனுக்குத் தனது திட்டங்களை, சரியாக ஸ்கெட்ச் போட்டு செய்வதுதான் பழக்கம். இந்தத் தாக்குதலும் அப்படிப்பட்டதுதான். இந்தத் தாக்குதலுக்கு ஒசாமா பயன்படுத்த நினைத்தது ராக்கெட் லாஞ்சர்களையோ,நவீனரக துப்பாக்கிகளையோ அல்ல. மாறாக விமானங்களைக் கொண்டு மோதி தாக்குதல் நடத்துவது என்று திட்டமிட்டிருந்தார். 'இதுபோன்றதொரு தாக்குதல் முறையை அதற்கு முன்னர் அமெரிக்கா உள்ளிட்ட எந்த நாடுகளும் உணர்ந்திருக்க வாய்ப்பில்லை' என்பதைப் போன்ற தாக்குதல்கள் அவை. தாக்குதலுக்கான ஆயுதங்களாக மொத்தம் நான்கு விமானங்கள் பயன்படுத்தப்பட்டன. நான்குமே உள்நாட்டு விமானங்கள். பாஸ்டன் நகரில் இருந்து லாஸ்ஏஞ்சல்ஸ் சென்ற விமானங்கள் இரண்டு, நியூயார்க் - சான் ஃப்ரான்ஸிஸ்கோ, டல்லாஸ் - லாஸ்எஞ்சல்ஸ் விமானங்கள் இத்தாக்குதலுக்காகப் பயன்படுத்தப்பட்டன.

நான்கு விமானங்களிலும் தாக்குதலுக்கு அனுப்பப்பட்ட தீவிரவாதிகள், நன்கு விமானம் ஓட்டும் பயிற்சி பெற்றவர்கள். இவர்கள் பயிற்சி பெற்றது அமெரிக்க விமானப் பயிற்சி பள்ளிகளில்தான். விமானம் கிளம்பியதும் விமானி அறைக்குச் சென்று விமானத்தை கட்டுப்பாட்டுக்குள் கொண்டு வந்தார்கள். இரண்டு விமானங்கள் வர்த்தக மையத்துக்கு, ஒரு விமானம் பென்டகனுக்கு, மற்றொரு விமானத்தின் இலக்கு என்ன என்று தெரிவதற்கு முன்பே அது வெடித்துச் சிதறியது.

'பாஸ்டனில் இருந்து கிளம்பிய விமானம் என்ன ஆனது என தெரியயவில்லை' என்று எஃப்.பி.ஐ அலுவலகம் பதற்றப்படும் அதேவேளையில் இரட்டை கோபுரத்தின் மீது முதல் விமானம் பயங்கரச் சத்தத்துடன் மோதியது. 'அந்த சம்பவத்தை பார்த்தவர்களால் மட்டும்தான், அதன் உண்மையான பயங்கரத்தை உணர முடியும்' என்கிறார்கள் நேரில் கண்டவர்கள். பரபரப்பான மீட்டிங்குகள், காஃபி ஷாப் அரட்டைகள் எல்லாம் கணநேரத்தில் தகர்த்தெறியப்பட்டது. இந்தச் சம்பவம் நடந்த அடுத்த சில நிமிடங்களில் மேலும் ஒரு விமானம் மோதியதும் உலக வர்த்தக மைய இரட்டைக் கோபுரக் கட்டடம், தரை மட்டமானது.

இந்தத் தாக்குதலால் வெளிப்பட்ட புழுதித் துகள்கள் மட்டும் நியூயார்க் மற்றும் அருகில் உள்ள மாகாணத்தில் பல மைல் தொலைவுக்குப் பரவி நின்றதைக் காண முடிந்தது. இரட்டைக் கோபுரங்களில் இருந்த அலுவலகங்களில் 50 ஆயிரத்துக்கும் அதிகமானோர் பணியில் இருந்தனர். உலக வர்த்தக மையத்துக்கு தினமும் வந்து செல்வோர் எண்ணிக்கை சராசரியாக 1.4 லட்சம் பேர். இந்தத் தாக்குதலுக்குப் பின் அந்தப் பகுதியின் இடிபாடுகளில் இருந்து 144 திருமண மோதிரங்கள் கண்டெடுக்கப்பட்டன. கர்ப்பிணிப் பெண்கள் 17 பேர் வயிற்றில் தங்களின் குழந்தைகளைச் சுமந்தபடியே உயிரிழந்தது கணக்கெடுப்பில் தெரியவந்தது. விமானம் மோதி நிகழ்த்தப்பட்ட தாக்குதலைத் தொடர்ந்து, அந்தக் கட்டடத்தில் பரவிய தீயை அணைக்க 100 நாள்கள் பிடித்தது. இது, அமெரிக்க வரலாற்றில் மிகப்பெரிய சோகமாகப் பதிவானது. அந்தத் தருணத்தில் அமெரிக்க ராணுவத் தலைமையகமான பென்டகனும் தாக்கப்பட்டது. தாக்குதல் நடைபெற்ற அடுத்தநாள் விமானத்தின் கறுப்-

புப்பெட்டி கண்டெடுக்கப்பட்டது. ஆனால், அதில் எந்த ஒரு தகவலும் பதிவாகவில்லை என்பதுதான் அதிர்ச்சி.

தாக்குதல் நடத்தப்பட்ட நாளன்று வானில் பறந்த விமானங்களையெல்லாம் கண்டு மக்கள் அஞ்சினார்கள். இதன் உச்சம் என்னெவென்றால், விமான சேவைகளை நிறுத்துவது மட்டுமல்லாமல், மொத்த தொலைத்தொடர்பு சேவையையும் அமெரிக்கா நிறுத்தி வைத்திருந்தது. வெளி-நாட்டிலிருந்து பலரும் தங்கள் உறவுகளைத் தொடர்புகொள்ள முடியாமல் பரிதவித்தனர்.

தாக்குதல் பற்றிய தகவல், அப்போதைய அமெரிக்க அதிபராக இருந்த புஷ் கவனத்துக்கு வருகிறது. 'அவர்கள் போரைத் தொடங்கிவிட்டார்கள்' என்று அவசர. அவசரமாக குழுக்களை விசாரிக்க உத்தரவிடுகிறார். அதற்கெல்லாம் முன் மனைவி மற்றும் குழந்தைகளைப் பாதுகாப்பான இடத்தில் இருக்கிறார்களா என விசாரிக்கிறார். பத்திரிகையாளர் சந்-திப்பில் அந்த வார்த்தை முதன்முதலாக உச்சரிக்கப்படுகிறது. "அல் - கொய்தா" தீவிரவாத அமைப்பு. அமெரிக்காவுக்கு தலைவலி கொடுத்த இந்த அமைப்பின் ஆதி யார் என்றால், சுற்றிவந்து ரீகன் என முடியும் என்பது அப்போது யாருக்கும் புலப்படாத உண்மை.

இறந்தவர்கள் 2,996 பேர் என்ற புள்ளிவிவரம் வெளியிடப்பட்டது. ஆப்கானிஸ்தானில் ஒசாமா பின்லேடன் தங்கி இருப்பது கண்டறியப்பட்டு அமெரிக்கா - ஆப்கான் போருக்குத் தயாரானது. 1981-ம் ஆண்டு ரீகன் நினைத்தது ஆப்கானிஸ்தானை அமெரிக்காவுக்குச் சொந்தமான-தாக்க வேண்டும் என்று. அதற்கு அப்போது சரியான காரணம் இல்லை; ஆனால், இப்போது வலுவான காரணம் இருக்கிறது. போர் என்ற ஆயு-தத்தோடு ஆப்கானை நோக்கி விரைந்தது அமெரிக்கப் படைகள்.

5

ஆஃப்கானில் அமெரிக்கா

செப்டம்பர் 11, தாக்குதல் நடந்த நாளில் இருந்தே, ஏன் அந்தச் சம்பவத்தின் அடுத்த நொடியிலிருந்து அமெரிக்கா மற்றும் வெள்ளை மாளிகை முழுவதும் ஏதோ மாநாடு, கருத்தரங்குகள் நடக்கும் இடம்-போல பரபரப்புடன் காட்சியளிக்கத் தொடங்கியது. எங்கு பார்த்தாலும் மீட்டிங்குகளால் வெள்ளைமாளிகை முழுவதும் நிறைந்து காணப்பட்டது. ஆனால், அவர்கள் வார்த்தைகளில் ஒன்று பிரதானமாக இருந்தது. எல்-லோரும் சொல்வதை அப்போதைய அதிபர் ஜார்ஜ் புஷ் பொறுமையா-கக் கேட்டுக்கொண்டிருந்தார். அப்போதே முடிவு செய்துவிட்டார் புஷ். ''ஆப்கான் போர்'' என்ற விஷயத்தை மையமாக வைத்து வாதங்கள் வலுக்கத் தொடங்கின.

ஆப்கானிஸ்தானை தரைமட்டமாக்குவது என்பது தொடங்கி பின்லேடன் தலைக்கு விலை அறிவிக்கப்பட்டதுவரை, எல்லாவற்றையும் பேசிய அமெரிக்க அதிகாரிகளில் ஒருவரின் குரல் மட்டும் சற்றே மாறி ஒலித்-தது. உள்துறை செயலர் காலின் பாவெல் சொல்வதை மட்டும் உற்றுக் கவனித்தார் புஷ். காலின் பாவெல், "இந்தப் போரை அல்-கொய்தா மற்றும் பின்லேடனுக்கு எதிரான போராக முன்னிறுத்த வேண்டாம். ஒட்-டுமொத்த தீவிரவாதத்துக்கு எதிரான போராக அறிவிப்போம். அப்போ-துதான் சர்வதேச அளவில் நமக்கு உதவிகள் கிடைக்கும். ஆனால்,

இந்தப் போரை ஆப்கானிலிருந்து தொடங்குவோம் என அறிவிப்போம்" என்று சாணக்கிய ஐடியாவை சொன்னார். மேலும், அமெரிக்காவின் தாக்குதலுக்கு பாகிஸ்தானிடம் ஆதரவு கோர வேண்டும் என்றார் அவர்.

அங்கிருந்தவர்கள், 'பாகிஸ்தானா..., இதற்கு எப்படி அந்நாடு சம்மதிக்கும்?' என்று எதிர்கேள்வி கேட்க, அடுத்த கணமே பாவெல், சினிமாக்களில் வரும் வில்லன்போல தன் திட்டத்தை விளக்கினார். "முஷாரஃப் ஒன்றும் மத விஷயங்களுக்குச் செவி சாய்ப்பவராகத் தெரியவில்லை. தாலிபான்கள் மதவாத அரசுகளுடன் நட்பு பாராட்டுகிறது. இதுதான் சமயம், முஷாரஃப்பிடம் கோரிக்கையாக இல்லாமல் கட்டளையாக அணுகிப் பார்ப்போம். சம்மதித்தால் ஆப்கான் மட்டும் எதிரி. மறுத்தால் பாகிஸ்தானையும் சேர்த்து இரண்டு எதிரி" என்றார்.

முதல் பந்தை வீச வரும் பந்துவீச்சாளர் அம்பயரிடமிருந்து ''ப்ளே'' என்ற வார்த்தைக்காகக் காத்திருப்பதுபோல, போர் என புஷ் சொல்வதற்காகக் காத்திருந்தனர் அமெரிக்க அதிகாரிகள். பாகிஸ்தான் உதவியைக் கோர சம்மதித்தார் புஷ். நிபந்தனைகளோடு பாகிஸ்தானை அணுகியது அமெரிக்கா. அதில் முக்கியமான நிபந்தனை, "ஆப்கானிஸ்தானுடன் அரசு உறவுகளைத் துண்டிக்க வேண்டும், அமெரிக்கப் போருக்கு நேரடி ஆதரவு தர வேண்டும்" என்பதுதான். 'கண்டிப்பாக இதை முஷாரஃப் மறுப்பார்' என்று அனைவரும் நினைத்திருந்த நேரத்தில், "பயங்கரவாதத்துக்கு எதிரான போரில் பாகிஸ்தான் அமெரிக்காவுக்கு ஆதரவு தரும். 9/11 தாக்குதலுக்குக் கண்டனம் தெரிவிக்கிறது பாகிஸ்தான்" என்றார். இதை அமெரிக்க அதிபர் புஷ் கூட எதிர்பார்க்கவில்லை. ஆனால் அதுதான் நிஜம்.

செப்டம்பர் 16...அமெரிக்கா போர் குறித்து, இறுதி முடிவு எடுக்கிறது. கூட்டணி நாடுகளுடன் இணைந்து தாக்குதல் நடத்த முடிவு செய்தது. போர் அறிவிப்பு என்னவோ, சர்வதேசப் பயங்கரவாதத்துக்கு எதிரானது என்ற பெயரில்தான். ஆனால், திட்டங்களில் எல்லாம் ஆப்கான், ஒசாமா பின்லேடன் என்றே இருந்தது. எஃப்.பி.ஐ இயக்குநர் முல்லர், அடிக்கடி குறுக்கிட்டு "இது சர்வதேச யுத்தம் என்றே சொல்லுங்கள். இல்லையென்றால் உள்நாட்டில் பிரச்னை ஏற்படும்" என்று எச்சரித்த

வண்ணம் இருந்தார். போருக்கான தீர்மானம் தயாரானது. அமெரிக்க சாணக்கியத்தனத்தின் உச்சமாக முதல் வரியே ''இது அமெரிக்காவுக்கும், ஆப்கானுக்குமான யுத்தம் இல்லை. தீவிரவாதத்துக்கு எதிரான யுத்தம்'' என்று ஆரம்பித்தது. கூட்டணி நாடுகளுடனான ஒப்பந்தம், செலவு என எல்லாவற்றையும் உள்ளடக்கிய தீர்மானத்தைக் கொண்டுவந்தது அமெரிக்கா.

செப்டம்பர் 11ம் தேதி தாக்குதல் நடந்தது, 16-ம் தேதி போருக்கான முடிவெடுக்கப்பட்டது. அக்டோபர் 7-ம் தேதி, அதிபர் புஷ் 'போர் தொடங்கியது' என்று கூறி முடிப்பதற்குள், காபூல் நகரில் முதல் குண்டு விழுந்தது. மின்சாரம் தடைபட்டது. ஆப்கான் அழியத் தொடங்கியது. விமானங்களிலிருந்து குண்டுகள் மழைபோல பொழியத் தொடங்கின. மக்கள், கொத்துக் கொத்தாக மடிந்தனர். ஒசாமாவுக்காக ஆப்கானை காவு வாங்கிக் கொண்டிருந்தது அமெரிக்கா.

முஷாரஃப் சம்மதிக்காவிட்டால் பாகிஸ்தானையும் சேர்த்து சூறையாட-லாம் என எப்படி 'ப்ளான் B' வைத்து அமெரிக்கா களமிறங்கியதோ, அப்படிப்பட்ட ப்ளான் B அல்கொய்தாவிடமுமிருந்தது. ஊருக்குள் புகுந்து சூறையாடும் அமெரிக்காவை திசைதிருப்ப ஆப்கானிலிருந்து தாலிபான் தலைவர் முல்லாவும், ஒசாமாவும் சிறு விமானம் மூலம் தப்-பித்துச் சென்றுவிட்டதாக ஒரு செய்தி வெளியானது.

ஆனால், அந்தச் செய்தியைக் கிளப்பிவிட்டதே அல்கொய்தாவும், ஒசா-மாவும்தான். இப்படிச் செய்தால் 'அமெரிக்கப் படைகள் திசை திருப்பப்-படும்' என எதிர்பார்த்தனர்.

ஆனால், அமெரிக்கா அசரவில்லை. 'நீ படிச்ச ஸ்கூலுக்கு நா ஹெட் மாஸ்டர்' என்பதுபோல சி.ஐ.ஏ தகவல் தந்தது. 'ஆப்கான் முழுமையாக எங்கள் கட்டுப்பாட்டில் உள்ளது. எங்கள் கவனத்திலிருந்து தப்பித்து, ஆப்கான் வான் எல்லையைத் தாண்டி ஒரு பறவைகூட செல்ல முடி-யாது' என்று கொக்கரித்தார் புஷ். ஆப்கானில் ருத்ர தாண்டவம் ஆடின அமெரிக்கப் படைகள். ரஷ்யப் போரின்போது வீடுகளில் நிலவரைகள் கட்டப்பட்டன. ஆனால், அதற்குள்ளும் நீண்ட நாள்கள் மக்களால் தங்க

முடியவில்லை. ஆப்கான் மக்களை மோசமாக நடத்தியது அமெரிக்கா. பசியாலும், தாக்குதல்களாலும் பாதிக்கப்பட்டோர் எண்ணிக்கை ஆயி-ரக்கணக்கில் அதிகரித்தது. ஆப்கான் தரை மட்டமாகத் தொடங்கியது. ஒசாமாவை விட்டுவிட்டு ஆப்கான் வேட்டையை பிரதானமாக செய்து கொண்டிருந்தது அமெரிக்கா.

இதற்கிடையில் ஒரு பகுதியில் விலங்குகள் நூற்றுக்கணக்கில் செத்துக்-கிடந்தன. இதனை மோப்பம் பிடித்த அமெரிக்காவுக்கு ஒன்றும் புரி-யயவில்லை. விசாரித்து உண்மை தெரிந்ததும் உறைந்துபோய் நின்றது அமெரிக்கா.. என்ன செய்யப்போகின்றன. இந்த இறந்த விலங்குகள்... ஒசாமாவின் திட்டம் என்ன?

6

போருக்கு முன்பே ள்ளாஸ் எடுத்த பின்லேடன்

'விக்ரம் வேதா' திரைப்படத்தில் விஜய் சேதுபதி, மாதவனிடம் ஒரு வசனம்கூறுவார். "கிட்டத்தட்ட நீயும், நானும் ஒண்ணுதான் சார்..." என்று. இந்த வசனம் யாருக்குப் பொருந்துதோ இல்லையோ, கண்டிப்-பாக அமெரிக்காவுக்குப் பொருந்தும். ஆப்கான் போர் சமயத்தில், அமெ-ரிக்காவைப் பார்த்து அல்-கொய்தா கூறும் வார்த்தையும் இதுவாகத்தான் இருந்திருக்கும். அமெரிக்கப் படைகள் ஆப்கானிஸ்தானை தரைமெட்ட-மாக்கிக் கொண்டிருந்த நேரத்தில் அமெரிக்கப் படைகள் கண்ட காட்சி, அவர்களை உறையவைத்தது. செயற்கைக்கோள் படங்கள் மேலும் அவர்களைப் பயமுறுத்தின.

ஆம். ரசாயனத் தாக்குதலுக்கு விலங்குகளை வைத்து சோதனை நடத்-திப் பார்த்திருக்கிறது அல்-கொய்தாவும், தாலிபான் தீவிரவாதிகளும். அது என்ன ரசாயனத் தாக்குதல் என்ற கேள்வி எழலாம். சமீபத்தில் சிரியாவில் நடந்த ரசாயனத் தாக்குதல் நமக்கு நினைவிருக்கலாம். நூற்-றுக்கும் அதிகமானவர்களை காவு வாங்கிய ரசாயனத் தாக்குதலின் ஆதி மூலத்தைத் தேடினால் ஆப்கான் தாக்குதல்களும் அதில் அடங்கியிருக்-கும். விலங்குகளை வைத்து சோதித்துப் பார்த்து, அதன் பின்னர் மனி-

"

தர்கள் மேல் பயன்படுத்தும் இந்த ரசாயனம் மனிதனை என்ன செய்யும் என்று கேட்டால், கிடைக்கும் பதில்கள் நம்மை மூச்சடைக்கச் செய்கின்றன.

ரசாயனத் தாக்குதல்களை 'பிளிஸ்டர் ஏஜென்ட், சோக்கிங் ஏஜென்ட், ப்ளட் ஏஜென்ட், நெர்வ் ஏஜென்ட்' என்று வகைப்படுத்துகிறார்கள். ஒவ்வொன்றும் ஒவ்வொரு ரகம். ஆனால், முடிவு என்னவோ ஒன்றுதான். உயிரைப் பறிப்பதில் அணு ஆயுதங்களுக்கு நிகரானவை இவை. பிளிஸ்டர் ஏஜென்ட் வகை ரசாயன ஆயுதங்கள் வெடித்ததும், அப்பகுதியில் உள்ள உயிர்கள் இந்த ரசாயனப் பொருளைச் சுவாசித்ததும் இறந்துவிடும் விஷத்தன்மை கொண்டவை. சோக்கிங் ஏஜென்ட் வகை தாக்குதல்களில், மூச்சடைப்பு, இதயச் செயல்பாடு நிறுத்தம் போன்றவை ஏற்பட்டு உயிர் பிரியும். ப்ளட் ஏஜென்ட் என்பது, ரத்தத்தை மொத்தமாகச் சுண்டி இழுத்து, உறையச் செய்து ஆளைக் கொன்றுவிடும் தன்மை கொண்டது. நான்காவது வகைதான் இப்போது சிரியா உள்ளிட்ட நாடுகளில் பயன்படுத்தும் சரின் எனும் ரசாயனம். இதுதான் நெர்வ் ஏஜென்ட் வகை தாக்குதலுக்கு வழிவகுப்பவை. நேரடியாக நரம்பு மண்டலத்தைத் தாக்கி ஆளைக் கொல்லும் அபாயகரமான தாக்குதல். இந்தத் தாக்குதலுக்கு அல்-கொய்தா தயாராகி இருப்பதை அறிந்து ரஷ்யாவிடம் உதவிக்கு ஓடியது அமெரிக்கா. காரணம் ரசாயனத் தாக்குதல்களில் அமெரிக்காவை விட ரஷ்யா கில்லி என்பதால்தான்.

இதற்கிடையே, ஆப்கானில் அல்கொய்தா அமைப்பினரின் கூடாரங்களை அமெரிக்கா சல்லடையாக சலித்துத் தாக்கிக்கொண்டிருந்தது. அதன் ஒரு பகுதிதான் காபூலிலிருந்து சில கிலோ மீட்டர் தொலைவிலிருந்த ஒரு கூடாரத்தைத் தேடிக்கண்டுபிடித்தது. அதிலிருந்த ஆவணங்கள், அமெரிக்காவை பயத்தின் உச்சத்துக்கே கொண்டு சென்றன. அமெரிக்காவில் 9/11 தாக்குதலுக்குப் பின், ஆற அமர உட்கார்ந்து யோசித்துதான் போருக்கு ஸ்கெட்ச் போட்டு ஆப்கானிஸ்தானை சென்றடைந்தது. ஆனால், அமெரிக்கா இங்கு கட்டாயம் வரும் என்று, ஆப்கானில் தனது படை வீரர்களுக்கு அவசர, அவசரமாக போர்ப் பயிற்சிகளை அளித்துள்ளார் ஒசாமா பின்லேடன்.

அமெரிக்கா கைப்பற்றிய அந்தக் குறிப்புகளில் கப்பலைத் தகர்ப்பது, விமானத் தாக்குதல், ரசாயனத் தாக்குதல் போன்றவற்றுக்குச் சரியான விளக்கங்களுடன் பல்கலைக்கழக பாடத்திட்டம் போல் அது தயாரிக்கப்-பட்டிருந்தது. நம்ம ஊரில் முப்பது நாள்களில் ஆங்கிலம் படிப்பது எப்-படி என்பது போன்ற புத்தகங்களைப் பார்த்திருப்போம். இந்தக் குறிப்புகள் குறுகிய காலத்தில் தீவிரவாதியாவது எப்படி என்ற ரகத்தில் இருந்த-தைக் கண்டு, அமெரிக்கா அதிர்ச்சியின் உச்சத்துக்கே சென்றது. இதில் ஹைலைட்டான விஷயம் என்னவென்றால், 9/11 தாக்குதலை இப்படித்-தான் நடத்த வேண்டும் என்பது போன்ற குறிப்புகளும் அதில் இடம்-பெற்றிருந்ததுதான். இதைவிட அமெரிக்காவுக்கு வேறு என்ன தலைவலி வேண்டும்?

ஆனால், அமெரிக்கா ஒரு விஷயத்தில் மட்டும் தெளிவாக இருந்தது. இந்த ரசாயனத் தாக்குதல்கள் தரையில்தான் பாதிப்பை உண்டாக்கும். இன்னும் அமெரிக்கத் தரைப்படைகள், ஆப்கானிஸ்தானில் கால் வைக்-கவில்லை. விமானத் தாக்குதல்களுக்கு எந்தப் பாதிப்பும் இருக்காது என்று கணித்தது. ஆனால், அதிலும் சிக்கல் ஏற்பட்டது. ரசாயனத் தாக்குதல்கள், ஆப்கானில் இருக்கும் அமெரிக்கப் படைகளுக்கு எதிராக இல்லாமல் அமெரிக்க மண்ணில் நிகழ்ந்து விட்டால் என்று யோசித்து மீண்டும் கவலைப்பட்டது அமெரிக்கா. அமெரிக்க தரைப்படை கால் வைக்காததற்கு இன்னொரு காரணமும் கூறப்பட்டது. ஆப்கானில் நில-வும் பனியைச் சமாளிக்க முடியாமல்தான் தரைப்படையினர் அங்கு செல்வதற்குத் தாமதப்படுத்தியதாம்.

ரஷ்யாவுடனான ஆப்கான் போரில் இதே பின்லேடன்தான், இஸ்லா-மியர்களை ஒன்றுதிரட்டி பெரும்படையை உருவாக்கினார். 'அதுபோன்-றதொரு விஷயம் மீண்டும் நடந்தால்...' என்றெல்லாம் அமெரிக்கா ஆராய்ச்சி நடத்தியவண்ணம் இருந்தது. அப்போதுதான் 'பின்லேடன் ஆப்கானில் இருக்கிறார்' என்ற வீடியோ வெளியானது. அல்கொய்தா - தாலிபான்களிடமிருந்து கைப்பற்றப்பட்ட குறிப்புகளில் 'இஸ்லாமியர்க-ளுக்கு எதிரான அனைத்து நாடுகளுமே எதிரிதான்' என்று தெரிவிக்கப்-பட்டிருந்த நீண்ட அந்தப் பட்டியலில் இந்தியாவும் இடம்பெற்றிருந்தது.

ஆப்கானிஸ்தானில் கட்டடம் உடைக்கும் வேலையை அமெரிக்க செய்-
துகொண்டிருந்தது. அதுவரை, பின்லேடன் காந்தஹாரில் பதுங்கியி-
ருந்ததாகவே தகவல். அதன் பின்னர் அவர் தன் இருப்பிடத்தை
'தோராபோரா' மலைப்பகுதிகளுக்கு மாற்றிக்கொண்டார். இந்நிலையில்,
பின்லேடன் பேசிய வீடியோ அமெரிக்காவிடம் சிக்கியது. இல்லை...
இன்றும் திருத்தமாகச் சொன்னால் அமெரிக்காவின் கையில் சிக்க
வைக்கப்பட்டது.

அதில், "எமது வீரர்களுக்கு விமானத்தில் ஏறும்வரை இலக்கு தெரியாது.
விமான எரிவாயும் இரும்பை உருக்கும் என்பது சின்ன கால்குலேஷன்-
தான். அதுதான் வெற்றி" என்று அந்த வீடியோவில் தெரிவிக்கப்பட்டி-
ருந்த பேச்சுகள் அமெரிக்க அதிபர் புஷ்ஷுக்கு எரிச்சலை ஏற்படுத்தி-
யது.

"வீடியோவெல்லாம் வெளியாகிறது, பின்லேடன் எங்கே?" என்று சீறினார்
புஷ். "அமெரிக்காவில் உள்ள ஒரு மாகாணத்தின் சைஸ்கூட இல்லாத
ஆப்கானிஸ்தானில் பின்லேடனைத் தேட முடியவில்லையா?" என்று
கோபமாகக் கேட்டார். மலைப்பகுதிக்குள் தீவிரமாக ஊடுருவ அமெ-
ரிக்கா, தனது குள்ள நரித்தன உத்திகளை மீண்டும் கையில் எடுத்தது.
"அதற்கெல்லாம் பலன் கிடைத்ததா? பின்லேடன் என்ன ஆனார்? அல்-
கொய்தாவின் ஆக்ஷன் ப்ளான் என்ன?"

7

வளர்த்துவிட்ட அமெரிக்காவை ஏன் வெறுத்தார் பின்லேடன்?

புதுசா கட்சி ஆரம்பிச்சுருக்கிற கமல்ஹாசன்கிட்ட போய் நீங்க வலது-சாரியா இல்ல இடதுசாரியானு கேட்டா நான் மையமான ஆளுனு ஒரு விளக்கம் கொடுக்கிற மாதிரி. பின்லேடன்கிட்ட போய் நீங்க நல்லவரா, கெட்டவரானு கேட்டா ரெண்டும் இல்லாம ஒரு பதில் இருக்கு என்பது-தான் பின்லேடன் பற்றிய கேள்விக்கான நிலைப்பாடு. அமெரிக்கா மீது பின்லேடன் நடத்தியது தீவிரவாதத் தாக்குதல் என்றால், அமெரிக்கா இஸ்லாமிய நாடுகள் மீது நடத்தியதும் தீவிரவாதத் தாக்குதல்கள்தானே என்பதுதான் பின்லேடன் தரப்புக் கூற்று.

ஆப்கானிஸ்தானில் சர்வநாசம் செய்துகொண்டிருந்த அமெரிக்காவுக்கு, பெரும் பிரச்னையாக இருந்த கேள்வி, பின்லேடன் எங்கே என்பது மட்-டும்தான். தோராபோரா மலைப்பகுதிகளில் பின்லேடன் ஒளிந்திருப்பது யாருக்கும் தெரியாமல்தான் இருந்தது. ஆனால், வடக்குக் கூட்டணிப் படையினர் அங்குள்ள பழங்குடியினர் உதவியுடன் இடத்தை அறிந்தனர்.

பின்லேடன் படையினர் ஆளுக்கு ஒரு பக்கம் சென்று எதிராளியைக் குழம்ப வைப்பார்கள். அதன்பின் அவர்கள் சென்ற திசையில்லாமல் வேறு திசைக்குச் செல்வது போன்ற உத்திகள் ஆரம்பத்தில் கைகொடுத்தன. ஆனால், பல போர்களைப் பார்த்த, பல போர்களுக்குப் பயிற்சி அளித்த அமெரிக்கா முன் இந்த உத்திகளால் நீண்ட நாள்கள் தாக்குப்பிடிக்க முடியவில்லை. தோராபோரா மலையில் குகைகளில் பதுங்கி இருந்த அல்கொய்தாவினரைத் தரைப்படை வீரர்கள் இல்லாமல் விமானப்படை வீரர்களை வைத்தே சமாளித்தது அமெரிக்கா. சிலர் சரணடைந்தனர், சிலர் கொல்லப்பட்டனர். அமெரிக்காவுக்கு வடக்குப்பகுதி கை வசப்பட்டது. அப்படியே கந்தஹார், காபூலில் தாலிபான்களை விரட்டியடித்து நாட்டைக் கட்டுப்பாட்டுக்குள் கொண்டு வந்தது அமெரிக்கா.

கந்தஹாரையும், காபூலையும் அமெரிக்கா கைப்பற்றியது என்று ஒற்றைவரியில் சொன்னால் அது சாதாரணமாகிவிடும். கந்தஹார் தான் ஆப்கானிஸ்தானின் தலைநகர் என்றே சொல்லலாம் அந்த அளவுக்கு அழகான ஊரை அமைதியான மயானமாக மாற்றியது அமெரிக்கா தான்.

இடைக்கால அரசை அமைக்க அமெரிக்கா பேச்சுவார்த்தைகளைத் துவங்கியது, ஆனால், ஒன்று மட்டும் நடக்கவே இல்லை. வந்த வேலை என்ன... பின்லேடனை பிடிப்பது. அது மட்டும் நடக்கவே இல்லை. சரி இப்போது கொஞ்சம் பின்னோக்கிப் பார்ப்போம். இவ்வளவு கொடூரமாக ஆப்கானைத் தாக்கும் அமெரிக்கா தீவிரவாதியா... அமெரிக்காவைத் தாக்கிய பின்லேடன் தீவிரவாதியா... எல்லாருக்கும் தானாகவே இந்தக் கேள்வி மனதில் எழும். பின்லேடன் பேசியது தீவிரவாதம் அல்ல.. தன் மதம் மீதான பற்று என்கின்றனர் பின்லேடனைக் கொண்டாடுபவர்கள்.

பின்லேடன் நல்லவரா? கெட்டவரா? இந்த நாயகன் பட கேள்விக்கு விடை தேட இந்தச் சில காரணங்கள் தேவைப்படும். அமெரிக்காதான் பின்லேடனை வளர்த்துவிட்டது, ரீகனே பார்க்க விரும்பினார் என்று சென்ற அத்தியாயங்களில் படித்தவர்கள் பின்லேடன் ஏன் அமெரிக்-

காவை வெறுக்கத் துவங்கினார் என்பதையும் தெரிந்துகொள்ள வேண்-
டும். இதனை பின்லேடனின் பேட்டிகளில் இருந்தே பெற முடியும்.

1998-ம் ஆண்டு டைம் பத்திரிகைக்கு ஒரு பேட்டி தருகிறார் பின்-
லேடன். அதில் தனது தாயகத்தில் அமெரிக்காவின் ஆதிக்கம் கூடாது
என்று சூளுரைக்கிறார். சவுதி மண்ணை விட்டு அமெரிக்கா வெளியேற
வேண்டும். மத்தியக் கிழக்கு நாடுகளைக் கண்காணிக்க அமெரிக்கா
யார்? என்ற கோபம் தனக்கு இருப்பதாகக் கூறியிருக்கிறார்.

வரலாற்றில் இன்னும் கொஞ்சம் பின்னே சென்றால் 1997-ம் ஆண்டு.
இந்த முறை சி.என்.என் பேட்டியில் உலகம் முழுவதும் இஸ்லாமியர்கள்
எங்கெல்லாம் இருக்கிறார்களோ அங்கெல்லாம் அவர்களை முற்றிலுமாக
அழிக்க ஏதாவது ஒரு காரணத்தை எடுத்துக்கொண்டு அமெரிக்கா
அங்கு செல்கிறது என்றும் இதை அமெரிக்கா நிறுத்தும் வரை அதன்
மீதான புனிதப்போர் தொடரும் என்கிறார்.

பின்லேடன் மனதில் அமெரிக்கா மட்டும் எதிரியல்ல. அமெரிக்காவில்
இன்று பிறந்த குழந்தையையும் அவர் எதிரியாகப் பார்க்க வேண்டும்
என்ற மனநிலையில்தான் இருந்திருக்கிறார். காரணம் அவர்கள்தான்
இந்த அரசைத் தேர்ந்தெடுக்கிறார்கள், அதுதான் உலகில் இஸ்லாமி-
யத்துக்கு எதிராகச் செயல்படுகிறது என்பது பின்லேடன் தரப்பு வாதம்.
ஒருங்கிணைந்த இஸ்லாமிய தேசம் பின்லேடனின் கனவு அதற்காகப் பல
நாடுகள் அவருக்கு உதவின. இதில் பாகிஸ்தானைச் சேர்ந்த லஷ்கர்
அமைப்பும் ஒன்று. இதுதான் பிற்காலத்தில் டிசம்பர் 13 பாராளுமன்றத்
தாக்குதலில் ஈடுபட்டது. இஸ்லாமியர்களை அழிப்பவர்களையும், அதற்கு
ஆதரவளிப்பவர்களை அழிப்பதும்தான் பின்லேடன் மற்றும் அவரைச்
சார்ந்தவர்களின் கனவு.

இதெல்லாம் பின்லேடன் அமெரிக்காவை வாட்டி வதைக்க முக்கியக்
காரணங்களாக இருந்தன. அதிபர் புஷ்ஷுக்கு நேரடி நெருக்கடி ஆரம்-
பித்தது. அமெரிக்க மக்களே பின்லேடனை ஏன் பிடிக்கவில்லை. எங்கே
பின்லேடன் என்றெல்லாம் பேச ஆரம்பித்துவிட்டார்கள். ஆப்கானைக்
கையில் வைத்திருந்த அமெரிக்காவுக்கு இதுதான் பெரிய தலைவலி.

புஷ் யோசித்தார். அடுத்தமுறை அதிபராக வேண்டும் என்றால் பின்லே-டன் தலை வேண்டும். ஆனால், அது தாமதமாகலாம் என்பதால் புதிய ஐடியாவை யோசித்தார். அது வேறு என்னவாக இருக்கும். மீண்டும் போர்தான். இந்த முறை யார்? அவருக்கும் அமெரிக்காவுக்கும் என்ன பிரச்னை?

8

பின்லேடன் லட்சியம்... சதாம் உசேன் நிச்சயம்...

டிமானிடைசேஷனை மறக்க ஒரு பீப் சாங்..., நீட் தேர்வுப் பிரச்னையை திசை திருப்ப ஒரு 'ஜிமிக்கி கம்மல்' பாட்டு என நொடிக்கு நொடி மாறும் இணைய மேஜிக் அமெரிக்காவுக்கு அப்போதே தெரிந்திருந்தது. உலக நாடுகள் அனைத்தும் அமெரிக்காவிடம் பின்லேடன் எங்கே என்று கேட்டுக் கொண்டிருந்த வேளையில், 'ரசாயன ஆயுதங்கள் ஈராக்கில் உள்ளது' என்று புதுக்கணக்கை ஆரம்பித்து யுத்த பூமியை கொஞ்சம் ஈராக் பக்கம் மாற்ற முடிவெடுத்து வேலைகளை வெற்றிகரமாக ஆரம்-பித்தது அமெரிக்கா. இந்தமுறை அமெரிக்காவின் இலக்கு ஈராக் அதிபர் சதாம் உசேன். ஒசாமா பின்லேடனை மறக்க, ஈராக் போரை தீவிரப்ப-டுத்த நினைத்தது அமெரிக்கா.

'ரசாயன ஆயுதங்கள் இருக்கிறதா, இல்லையா என்று ஈராக்கிடம் கேள்வி கேட்டது மட்டுமில்லாமல் அதுகுறித்த சோதனையையும் அமெ-ரிக்கா மேற்கொள்ளும்' என்று அறிவிக்க, கோபத்தின் உச்சத்துக்கே போனார் சதாம் உசேன். 'ஐ.நா கேள்வி கேட்டது, அதற்குப் பதில் கூறி-விட்டோம். தேவையில்லாத வேலைகளைச் செய்யவேண்டாம்' என்று அப்போதைய அமெரிக்க அதிபர் ஜார்ஜ் புஷ்ஷை எச்சரித்தார் சதாம்

உசேன்.

ஆனாலும், புஷ் தன்னுடைய செல்வாக்கைப் பயன்படுத்தி ஐ.நா-வை சம்மதிக்க வைத்து, அமெரிக்கா சோதனை நடத்த அனுமதி வாங்-கினார். வேறு வழியில்லாமல் சதாமும் இதற்கு சம்மதம் தெரிவித்தார்.

'அமெரிக்கா வந்து ஏதாவது குட்டையை குழப்பும்' என்று சதாம் உசே-னுக்குத் தெரியும். அதனால் 12 ஆயிரம் பக்க அறிக்கை ஒன்றை தயார் செய்து ஐ.நா-வுக்கு அனுப்பினார். ஐ.நா-வும் அமெரிக்காவின் அறிக்கை வரட்டும் என்று பொறுமையாக இருந்தது. சதாம் உசேனின் அறிக்கை அவ்வளவு தெளிவாக இருந்தது. மூன்று மாத சோதனைக்குப் பிறகு ரசாயன ஆயுதங்கள் இல்லை; ஆனால் ஈராக் அறிக்கையில் பொய்யான தகவல்களை வழங்கியுள்ளது என்று தெரிவித்தது அமெ-ரிக்கா. அதுமட்டுமில்லாமல் ஈராக் மீது போர் என்ற விஷயத்தை உலக பயங்கரவாத யுத்தத்தின் அடுத்த நகர்வு என்றும் அமெரிக்காஅறிவித்-தது. ஈராக் மீது போர் தொடுப்பதற்கு பல நாடுகளும் அமெரிக்காவுக்கு ஆதரவு தெரிவித்தன. அதற்குக் காரணம், அப்போது பல நாடுகளுக்கு சதாம் உசேன் பிரச்னையாக இருந்ததுதான்.

ஈராக் போருக்கு தேதி குறித்தார் புஷ். 'சதாம் உசேன் அல்லது பின்-லேடன் இரண்டில் ஒரு தலை உருண்டாலும் அடுத்த ஆட்சி நமதே' என்ற மனநிலையில் இருந்தார் அவர். 2003 மார்ச் 19-ம் தேதியன்று முறைப்படி போரைத் தொடங்கியது அமெரிக்கா. அன்றே வீடியோவில் தோன்றிய சதாம் உசேன் ''அமெரிக்கர்கள் அனைவரும் கிரிமினல்-கள்'' என்று கூறினார். ஆப்கான் யுத்தம் போல் அல்ல ஈராக் யுத்-தம் என்பது மட்டும் அமெரிக்காவுக்கு தெளிவாக தெரிந்தது. தெளி-வான ப்ளானுடன் களமிறங்கியது. முதல் இலக்கு உம் கசர். காரணம், எண்ணெய்க் கிணறுகளை தங்கள் வசமாக்குவது என்பதற்காகத்தான். இப்போது சில மீம்களை எல்லாம் வைரலாகப் பார்க்க முடிகிறது. எண்-ணெய் அதிகமாக இருக்கிறது என்றால், அமெரிக்கா வடையைக்கூட விட்டு வைக்காது. இதைத்தான் அமெரிக்கா எல்லா ஊர்களிலும் செய்-தது. ஸ்கெட்ச் போட்டு இறங்கிய அமெரிக்கா கவனமாக ஆடியது. ஆனால், ஈராக்கோ பவர் ப்ளேயில் டெஸ்ட் மேட்ச் ஆடியது போன்று கவனமாக போரில் பங்கேற்றது. இதில் சில ஈராக் வீரர்கள் சரணடைந்-

ததால், அந்நாட்டின் பலம் குறையக் காரணமாக அமைந்தது.

பாஸ்ரா நகரம் அமெரிக்கா வசமானது. அடுத்த இலக்கு பாக்தாத். அமெரிக்கப் படைகள் வேகமாக முன்னேறின. ஈராக் படை சோர்வடைந்துவிட்டது என்பதை அறிந்தார் சதாம் உசேன். இதற்கிடையில் சதாம் உசேன் சரணடைந்துவிட்டார் என்ற புரளி கிளம்பியது. இதற்கெல்லாம் முற்றுப்புள்ளி வைத்தார் சதாம். தொலைக்காட்சியில் தோன்றிப் பேசினார். ஈராக் படையினருக்கு அவரின் பேச்சு உற்சாகமூட்டுவதாக அமைந்தது. அமெரிக்காவுக்கு சவால் விடும்வகையில் புதிய உத்தியை முன்னிறுத்தியது ஈராக். முதல் முறையாக தற்கொலைப்படை தாக்குதலை நடத்தியது ஈராக். இனி ஈராக்கின் போர் உத்திகளில் தற்கொலைப்படை தாக்குதலுக்கும் இடமுண்டு என்றனர். அந்தச் செயலில் ஈரானுக்கும், சிரியாவுக்கும் விருப்பமில்லை என்றாலும் ஈராக்கிற்காகவும், அமெரிக்க வெறுப்பு காரணமாகவும் அந்த நாடுகள் ஆதரவளித்தன. ஈரானையும், சிரியாவையும் கடுமையாக எச்சரித்தது அமெரிக்கா.

ஈராக்கை துவம்சம் செய்த அமெரிக்கா, இங்கேயும் இடைக்கால அரசுக்கு ஆடிஷன் நடத்திக் கொண்டிருந்தது. பின்லேடனும் பிடிபடவில்லை. சதாம் உசேனும் பிடிபடவில்லை என்ற விஷயம் மட்டும் புஷ்ஷின் தூக்கத்தைக் கலைத்தன. 2003-ல் சதாம் உசேனின் மகன்களைக் கொன்றனர். பின்பு ரசாயனத் தாக்குதலின் மூளையாகத் திகழ்ந்த கெமிக்கல் அலி சிறைபிடிப்பு என்றதுமே சதாம் வீழ்ந்துவிட்டார். இருந்தாலும் போர் தொடரும் என்ற அறிக்கை மட்டும் வந்தது.

சதாம் உசேனைப் பிடிக்க 'ஆபரேஷன் ரெட் டான்' என்ற தாக்குதலைத் தொடங்கி சதாமின் சொந்த ஊரான திக்ரித்தை சல்லடையிட்டது அமெரிக்கப் படைகள். அங்கிருந்து 10-15 கி.மீ தொலைவில் ஒரு ஊரில் உள்ள கட்டடத்தின் கீழே 8 அடி ஆழத்தில் பதுங்கு குழியில் ஒரு வயதானவர் தங்கி இருந்தார். அவரை அமெரிக்கப்படையினருக்கு ஆரம்பத்தில் அடையாளம் தெரியவில்லை. அவரைப் பிடித்தது. கிழிந்த உடை, நீண்ட தாடி, பரட்டைத் தலையுடன் இருந்த நபரைப் பிடித்து விசாரித்தது. அங்கு பிடிபட்டபோது நிராயுதபாணியாக நின்ற அந்த நபர், கரகர குரலில் 'நான் தான் சதாம் உசேன். ஈராக்கின் பிரஸி-

டென்ட்' என்றார். ஆனால். அப்போது சதாம் தப்பிக்க முயற்சிக்க-வில்லை. 'சதாமை பிடித்துவிட்டோம்' என்று அமெரிக்கப் படையினர் கொண்டாடினர். ஆனால், 'இது அமெரிக்காவின் வெற்றியல்ல; சதாமின் இயலாமை' என்ற விமர்சனங்கள் அப்போது எழுந்தன.

டென்ட்' என்றார். ஆனால். அப்போது சதாம் தப்பிக்க முயற்சிக்க-வில்லை. 'சதாமை பிடித்துவிட்டோம்' என்று அமெரிக்கப் படையினர் கொண்டாடினர். ஆனால், 'இது அமெரிக்காவின் வெற்றியல்ல; சதாமின் இயலாமை' என்ற விமர்சனங்கள் அப்போது எழுந்தன.

9

ஜார்ஜ் புஷ் பதவியையும் சேர்த்து வீழ்த்திய ஒசாமா பின்லேடன் ?

சதாம் உசேனைப் பிடித்த மகிழ்ச்சியில் இருந்தது அமெரிக்கா. ஆனால், பின்லேடன் எங்கே என்பது மட்டும் விடைதெரியாத கேள்வியாக தொடர்ந்தது. புஷ் இந்தத் தேர்தலில் வெற்றி பெற எதையாவது செய்ய வேண்டும் என்ற திட்டம்தான் அவரது மனதில் ஆழமாய் இருந்தது. குடியரசுக் கட்சியின் வேட்பாளராக குடியரசுக் கட்சியால் மீண்டும் புஷ்ஷே நியமிக்கப்பட்டார். ஜனநாயக கட்சியின் சார்பில் ஜான் கெர்ரி நியமிக்கப்பட்டார். புஷ் தனக்கு பாசிட்டிவாக நினைத்தது ஈராக் போரில் கிடைத்த வெற்றி, தேசியப் பாதுகாப்பு மற்றும் வெளியுறவு கொள்கை-கள்தான். இதைத்தான் 'முதல் அதிபர்' விவாதத்தில் மையமாக வைத்து ஆரம்பித்தார்.

அடுத்தடுத்த விவாதங்களில் உள்நாட்டுக் கொள்கைகள், பாதுகாப்பு ஆகிய விஷயங்களும், தீவிரவாதத்துக்கு எதிரான நடவடிக்கைகளும் மேலோங்கின. அக்டோபர் மாதத்தில் அமெரிக்க அதிபர் தேர்தலுக்கு

முன்பு கத்தாரைச் சேர்ந்த தொலைக்காட்சியில் ஒரு வீடியோ வெளி-
யாகிறது. அதில் ஒசாமா பின்லேடன் தோன்றி 9/11 தாக்குதலுக்குப்
பொறுப்பேற்கிறார். அதைச் செய்தது அல்கொய்தாதான் என்று ஒப்புதல்
அளிக்கிறார். அமெரிக்க தேர்தலில் தாக்கத்தை ஏற்படுத்த வேண்டும்
என்ற நோக்கத்தில் இந்த வீடியோ வெளியிடப்பட்டது என்று சிலர்
விமர்சித்தனர்.

தேர்தல் களத்தில் ஜான் கெர்ரியை வீழ்த்தி இரண்டாவது முறையாக
அதிபராகிறார் புஷ். 274 தொகுதிகளில் வெற்றி பெற்று அதிபராகப்
பதவியேற்றார். இந்த வெற்றிக்கு எதிரணியில் பலமான வேட்பாளர் இல்-
லாததும், ஈராக் போர் வெற்றியும் முக்கிய காரணங்களாகக் கூறப்பட்டன.
தேர்தல் வெற்றிக்குப் பின் ஈராக்கில் பல்லூஜா பகுதியிலிருந்து அமெ-
ரிக்க ராணுவம் திரும்ப அழைக்கப்பட்டது. ராணுவத் தளபதி மற்றும்
செயலாளராக இருந்த காலின் பவேல் நீக்கப்பட்டு அந்தப் பதவியில்
காண்டலோசா ரைஸ் நியமிக்கப்பட்டார்.

போர் குற்றங்களுக்காக சதாம் உசேனுக்கு மரண தண்டனை உறுதியாகி
தூக்கிலிடப்பட்டார். இதுவரை எல்லாமே புஷ் அரசுக்கு நன்மை பயக்-
கும் விஷயங்களாகவே இருந்து வந்தது. ஆனால் புஷ்ஷின் முதல்
சவாலாக உருவெடுத்தது. கத்ரீனா சுறாவளி கடற்கரை ஓர அமெரிக்-
காவை உலுக்கி எடுத்தது. பல உயிரிழப்புகள், பொருட் சேதங்கள் என
அனைவரையும் கலங்கடித்த சூறாவளிக்கு புஷ் அரசு சரியான உதவி-
களை வழங்க தவறியதும், பாதிக்கப்பட்ட மக்களுக்கு உதவுவதில் கால-
தாமதம் செய்ததும் புஷ் அரசு மீது அதிருப்தியை ஏற்படுத்தின. இதனை
சரிசெய்ய ஈராக்கிலிருந்து அமெரிக்க படைகளை மொத்தமாக விலக்-
கிக் கொள்வதாக அமெரிக்கா திடீர் ஸ்டன்ட் அடித்ததும் அவர்களுக்கு
ஆதரவாக வேலை செய்யவில்லை.

ஓரினச் சேர்க்கை, பறவைக் காய்ச்சல், சோமாலியாவில் அல்கொய்-
தாவுக்கு எதிரான தாக்குதல் என அடுத்தடுத்து சிக்கலில் தவித்தது
அமெரிக்கா. இதெல்லாம் சும்மா ட்ரெய்லர் என்பது போல உலகப்
பொருளாதார வீழ்ச்சியைத் தொடங்கி வைத்ததே அமெரிக்காதான். 700
பில்லியன் டாலர் பெயில் அவுட் ஆனது. அமெரிக்க வரலாற்றில் மிகப்-

பெரிய பொருளாதார வீழ்ச்சியாக இது பதிவானது. 17 வருடங்களில் இல்லாத அளவுக்கு ஜிடிபி 0.3 சதவிகிதமளவுக்குக் குறைந்தது. ரியல் எஸ்டேட் துறையில் ஏற்பட்ட வீழ்ச்சி, கடன்களை அள்ளி வழங்கியது என எல்லா காரணங்களும் அமெரிக்கப் பொருளாதாரத்தை வீழ்ச்சிப் பாதைக்குக் கொண்டு சென்றன.

இந்த முறை குடியரசுக் கட்சியிடம் தேர்தலில் சொல்லி ஜெயிக்க வெற்றிகள் ஏதுமில்லை. பின்லேடனையும் இன்னமும் தேடிக்கொண்டு தான் இருக்கிறார்கள். இந்த முறை எதிரணிக்குக் கிடைத்தது வேட்பாளர் அல்ல. உலகமே வியக்கும் ஒரு நன் மனிதர் என்ற பெயரோடு களமிறங்கினார் பாரக் ஒபாமா. குடிரசுக் கட்சிகளின் பிரதான மாகாணங்களும் இம்முறை ஜனநாயகக் கட்சிப்பக்கம் தாவின. அமெரிக்காவில் ஓங்கி ஒலித்த நிறவெறிக்கு முற்றுப்புள்ளி வைக்க ஒருவர் வந்துவிட்டார் என்ற நம்பிக்கை அமெரிக்க மக்கள் மனதில் நின்றது. ஆம் அதுதான் ஒபாமாவின் தேர்தல் பிரசார வாசகம். ஒபாமாவின் பேச்சுக்கள் மக்கள் மனதில்; நம்பிக்கையை விதைத்தன. ஒபாமாவின் பிறப்பில் ஆரம்பித்து மதம் வரை அனைத்தும் விமர்சனத்துக்கு உள்ளாகின. ஆனால், அவர்களால் ஒபாமாவின் உரைகள் ஏற்படுத்திய தாக்கத்தை குறைக்க முடியவில்லை.ஒபாமா நம்பிக்கை என்றார், நம்மால் முடியும் என்றார். வென்றார் அமெரிக்க தேர்தலோடு அமெரிக்க மக்களின் மனதையும். மக்கள் அவரை தங்களில் ஒருவராகப் பார்க்கத் தொடங்கினார். ஒபாமாவின் தன்னம்பிக்கை குடியரசுக் கட்சியின் தன்னம்பிக்கையைச் சிதைத்தது.

சரி இப்போது விஷயத்துக்கு வருவோம். ஆரம்பக் கேள்விதான் என்ன ஆனார் ஒசாமா? ஒசாமா விஷயத்தில் ஒபாமா என்ன நிலைப்பாடை எடுத்தார்.

10

ஒபாமாவின் 51:49 ஆட்டத்தில் வீழ்ந்த ஒசமா

ஒசாமா பின்லேடனை கொல்ல வேண்டும் என்ற அமெரிக்க நிலைப்-பாட்டில் ஒபாமாவுக்கு மாற்றுக்கருத்தில்லை. இதை தனது ப்ராமிஸ்டு லேண்டு புத்தகத்தில் குறிப்பிட்டிருப்பார். அவர்களுக்கு கையில் இருந்தது இரண்டு வழிகள் ஒன்று வான்வழி தாக்குதல், இரண்டாவது ஒசாமாவின் இடத்திற்கு சென்று குறிவைத்த தாக்குதல். வெற்றி விகிதம் 51:49 தான் என்றாலும் அமெரிக்கா இரண்வாது ஆப்ஷனை கையில் எடுத்தது. ஒபாமா உள்ளிட்ட அமெரிக்க பிரதிநிதிகள் இதனை லைவாக பார்க்-கும்படி இந்த ஆப்பரேஷன் அமைக்கப்பட்டது.

2011, மே முதல் தேதியன்று இரவு உணவு முடிந்து, வழக்கமான இரவு நேர தொழுகைக்கு பின் ஒசாமா பின்லேடன் மேல் மாடியில் இருந்த படுக்கையறைக்கு சென்றார். இரவு 11 மணி இருக்கும், ஒசாமா ஆழ்ந்த நித்திரையில் இருந்தார். பாகிஸ்தானின் அபோட்டாபாதில் ஒசாமா பின்-லேடன் ரகசியமாக மறைந்து வாழ்ந்த வீட்டில் திடிரென்று மின்சாரம் தடைபட்டு, வீடு முழுவதும் இருளில் மூழ்கியது. பாகிஸ்தானில் மின்சா-ரத் தடை ஏற்படுவது வழக்கமானது என்பதால், யாரும் அதை பெரிதாக எடுத்துக் கொள்ளவில்லை.

நள்ளிரவு நேரம், சிறிது நேரத்தில் யாரோ மாடியில் ஏறுவது போல தோன்றியது. யாரோ உள்ளே நுழைந்திருப்பதை அங்கிருந்தவர்கள் அறிந்தனர். ஒசாமா பின்லேடன் திடுக்கிட்டு எழுந்தார். அதற்குள் அமெரிக்க ஹெலிகாப்டர்கள் வீட்டை சூழ்ந்தன. ஒசாமா பின்லேடன் தன் மனைவி குழந்தைகளுடன் தொழுகையில் ஈடுபட்டார். அதுதான் அவரது கடைசி தொழுகை.

பின்னர் குடும்ப உறுப்பினர்களிடம் ஒசாமா பேசினார். ''அவர்கள் கொல்ல விரும்புவது என்னைத்தான் உங்களை அல்ல'' என்றதும் குடும்ப உறுப்பினர்களை கீழே செல்ல சொன்னார். அமெரிக்க ராணுவம் மேலே வந்தது. முடிந்தது ஒசமாவின் கதை... ஆரம்பமானது ஆப்கா-னிஸ்தான் கதை....

11

ஆப்கான் அமெரிக்காவுக்கு தண்ட செலவாக மாறியாதா?

ஆப்கானிஸ்தானை அமெரிக்கா தண்ட செலவாகா பார்க்க துவங்கிவிட்-
டது என்ற வாதம் ட்ரம்ப் காலத்தில் துவங்கியது. அமெரிக்க பாதுகாப்பு
அமைச்சகத்தின் கணக்குப் படி, 2001 - 2019 வரையான காலத்-
தில் அமெரிக்கா ஆப்கானிஸ்தானில் ராணுவத்துக்காக 778 பில்லியன்
டாலரைச் செலவழித்திருக்கிறது.மற்ற செலவுகளையும் சேர்த்தால் இந்-
திய ரூபாய் மதிப்பில் கடந்த 18 ஆண்டுகளில் சுமார் 60 லட்சம் கோடி
ரூபாய்

2011 கால கட்டத்தில் 1,10,000 என்ற அளவில் தங்கள் படையை
வைத்திருந்த அமெரிக்கா இப்போது 4500 என்ற அளவில் சுறுக்கி
தற்போது முற்றிலுமாக வெளியேற முடிவு செய்துள்ளது. தற்போதைய
அமெரிக்க அதிபர் ஜோ பைடன் தேர்தல் வாக்குறுதியாகவும் ஆப்-
கானை விட்டு வெளியேறுவோம் என்றார்.

அமெரிக்கா ஆப்கானிஸ்தானைவிட்டு வெளியேறுவது சரிதான் என்றாலும் அங்குள்ள அரசை நிலையான அரசாக மாற்றாமல் வந்தது அமெரிக்கா ஆப்கானிஸ்தானுக்கு செய்த துரோகம்.

அமெரிக்கா வெளியேறுகிறது என்றதும் ஆப்கான் மீது காதல் கொள்ள நினைக்கிறது சீனா. ஆப்கானிஸ்தான் ஆசிய நாட்டின் நுழைவு வாயில் எண்ணெய் அரசியலின் பாதையாக உள்ளது என்று அமெரிக்கா விரும்பிய அதே விஷயத்தை அமெரிக்காவை விரும்பாத சீனாவும் நினைக்கிறது.

இலங்கையை தன் வசம் கொண்டுவந்துள்ள சீனாவின் அடுத்த இலக்காக ஆப்கானிஸ்தான் உள்ளது. இதனை பத்திரிகைக்கள் எழுதும் போது சீனா மறுத்தது. ஆனால் தாலிபான்கள் ஆப்கானிஸ்தானை கைப்பற்றியதும் முதலில் நட்புக்கரம் நீட்டியது சீனாதான்.

சீனாவும் பாகிஸ்தானும் ஆப்கானிஸ்தானில் தாலிபன்கள் ஆட்சியமைப்பதை விரும்புகிறன. காஷ்மீரை இலக்காக கொண்டு கூட்டணி அமைக்கின்றனவா என்ற கேள்வியையும் சேர்த்து எழுப்புகின்றன.

இப்போதும் ஆப்கானிஸ்தானில் நடக்கும் கதைக்கு வருவோம். 2001ஆம் ஆண்டு செப்டம்பர் 11ஆம் தேதி அமெரிக்காவின் இரட்டை கோபுர தாக்குதலுக்குப் பிறகு, அல்-காய்தா தீவிரவாத அமைப்புக்கும், ஒசாமா பின் லாடனுக்கும் தாலிபன் அடைக்கலம் தந்தது.

கடந்த 2001 அக்டோபர் 7ஆம் தேதி அமெரிக்க ராணுவம் தலைமையிலான பாதுகாப்புப் படை கூட்டணி ஆஃப்கானிஸ்தான் மீது போர் தொடுத்தது. டிசம்பர் முதல் வாரத்துக்குள் தாலிபன் ஆட்சி முடிவுக்கு வந்தது. அப்போதைய தாலிபன் அமைப்பின் தலைவர் முல்லா மொஹம்மது ஒமர், ஒசாமா பின் லாடன் உட்பட சில மூத்த உறுப்பினர்கள் எப்படியோ தப்பி ஓடினர்.

இப்போது 20 ஆண்டுகளாக ஆப்கானிஸ்தானை ஆக்கிரமித்து வந்த அமெரிக்க ராணுவம் வெளியேறியதும், தாலிபன்கள் உள்ளே வருகிறார்-

கள். ஆப்கானிஸ்தானை 2 நாட்களில் தங்கள் வசம் கொண்டு வரு-
கின்றனர்.

உலகம் இதுவரை காணாத காட்சிகள் அரங்கேறுகின்றன. மக்கள்
நாட்டை விட்டு ஓடுகிறார்கள், விமானத்தில் டவின் பஸ்ஸில் ஏறுவதை
போல ஏறுகிறார்கள், விமான சக்கரங்களில் தொங்கி பறந்து வானிலி-
ருந்து விழுந்து உயிரை விடுகிறார்கள். கொஞ்சம் யோசித்து பாருங்கள்
சண்டையில் சகாமல் விமானத்தில் தொங்கி பறந்து சாகலாம் என்று
முடிவை எடுக்க ஆப்கான் மக்களின் மனநிலை என்னவாக இருக்கும்.

தாலிபன்கள் வசம் ஆப்கான் வந்து விட்டது. பழமைவாதத்தை விட்டு
ஜனநாயக பாதைக்கு வருவோம் என்கிறார்கள் தாலிபன்கள். சீனா
நேசக்கரம் நீட்டுகிறது. இதையெல்லாம் சரவதேச அரசியலில் நல்ல
அறிகுறியாக பார்க்க முடியாது. உலகம் எடுக்கும் அமெரிக்க, சின
நிலைப்பாட்டில் ஆப்கான் சிக்கியுள்ளது. விரைவில் புதிய தலைவ-
லிகளை ஆப்கான் ஏற்படுத்தும் என்பது உறுதி. ஆப்கானிஸ்தான்
போருக்கு பெயர்போன நாடு. இன்னோரு போரும்... இன்னொரு வல்-
லாதிக்க நாட்டின் ஆக்கிரமிப்பும் ஆப்கானிஸ்தானுக்கு புதித்தல்ல...
மீண்டும் சர்வதேச அரங்கில் அனாதையாக நிற்கிறது ஆப்கானிஸ்-
தான்...

www.ingramcontent.com/pod-product-compliance
Lightning Source LLC
Chambersburg PA
CBHW051423250726
48655CB00003B/1198